குமாரி செல்வா

வல்லிக்கண்ணன்

Title: Kumari Selva

Author: Vallikkannan

Language: Tamil

First Published on: 1951

Year of Publication: 2025

Book Format: Paperback

*Page Size: 6inch * 9inch*

Category: Fiction

Subject: Short Novel

No. of pages: 44

ISBN: 978-81-997361-0-8

Published by: Nilan Publishers, Madurai, Tamilnadu, India

பொருளடக்கம்

குறிப்புகளுக்காக

குமாரி செல்வா

1

ஆசிரியர் பரமசிவம்

அவர்தான் அற்புதமான காதல் கதைகள் எழுதிப் பெயர் பெற்றவர் என்பதுதான் உங்களுக்குத் தெரியுமே!

'வால் நட்சத்திரம்' பத்திரிகை நடத்திக்கொண்டிருந்த காலம் அது.

ஆசிரியரின் பாலிஸியே தனி. சுருக்கமாகச் சொன்னால், 'அமெரிக்கத்தனம்' தான் அவரது பண்பாடு. அடிச்சு விளாசல், அபாரமாக அளத்தல், சுத்த சுய விளம்பரம், அற்புதப் புதுமை, துணிகர ஸ்டன்ட், திடீர்த் தாக்குதல்- இப்படி விவரிக்கலாம் அவரது குணாதிசயங்களை! அவரது பண்புகள் அத்தனையும் அவர் பத்திரிகையில் வெளிச்சமிடாமல் போகுமா!

பரமசிவத்தின் 'வால் நட்சத்திரம்' ரொம்ப காலம் வால்த்தனம் பண்ணவில்லை. அதன் கடைசி இதழுக்கு முந்திய இதழ் அன்றுதான் பத்திரிகைச் சந்தையிலே பகட்டாகச் சதிராடக் கிளம்பியிருந்தது. அட்டையிலே ஆடும் குமாரியின் அற்புதத் தோற்றம் மின்னியது.

தனது அறையிலே தனியாக உட்கார்ந்திருந்த ஆசிரியருக்குப் பொழுது போகவில்லை. போதிய உற்சாகமில்லை. ஆகவேதான் எழுதியிருந்த வர்ணனை ஒன்றைப் படித்து ரசிப்பதில் ஆழ்ந்திருந்தார்.

பத்திரிகைக்காரர்களையும் வாசகர்களையும் திடுக்கிடும்படி, திகைக்கும்படி, மகிழ்ந்து போகும்படியெல்லாம் செய்யும்

திறமை பெற்றிருந்த பரமசிவம் அவ்வளவு உணர்ச்சிகளையும் அனுபவிக்க நேர்ந்தது எதிர்பாரா வகையிலே.

ஆசிரியர் அறையின் ஆடும் கதவு சூறைக் காற்றால் மோதுண்டது போல் படீரெனத் திறந்தது. பரமசிவம் எரிந்து விழுவதற்குள் திடும் பிரவேசம் செய்தாள் ஒரு யுவதி. அந்த இதழின் அட்டைச் சித்திரம் நேரடி விஜயம் செய்திருப்பதை உணர்ந்ததும் எரிக்கும் பார்வை சிந்தாமல் இனிய சிரிப்பையே உதிர்த்தார் பரமசிவம்.

'குமாரி செல்வாவுக்குக் குதித்துக் குதித்தோடி வரத்தான் தெரியுமே தவிர, தென்றல் நடை நடக்கத் தெரியாது போலும்!' என்றார் அவர்.

'போதும்!' எனச் சிடுசிடுத்தாள் சிங்காரி. நீலப் பாவாடை அலையென ஆட, ரோஜா நிறத் தாவணி அசைந்தாட, இரட்டைப் பின்னல் நெளிந்தாட, கரு விழிகள் நில்லாது சுழன்றாட ஓடி வந்த குமாரி அமைதியாக நிற்கத் தெரியாதவள் போல் அசைந்தாடி நின்றது ஆசிரியரின் விமர்சனத்திகு அழுத்தம் கொடுத்தது.

"உட்காரலாமே!" என்றார் அவர்.

"இங்கு நான் உட்காருவதற்காக வரவில்லை!" என்று சிணுங்கினாள் எழிலி.

'சந்தோஷம். அப்போ தாராளமாக நில்லுங்கள்!' எனக் கனைத்தார் பரமசிவம்.

சும்மா நின்று கொண்டிருப்பதற்காகவும் வரவில்லை! என்று சீறினாள் பாவை.

'ரொம்ப சந்தோஷம். கோல மயில் போலக் குதித்தாடுங்கள். வன்னப் புறா போலே வட்டமிட்டு நிறுத்துங்கள் ஸார்!' என்று பாய்ந்தது அவளது கட்டளை. ஆசிரியர் திகைத்து விட்டார். அவர் மேலும் திகைக்கும்படி சொன்னாள் அவள்;

'நீங்கள் மகத்தான தீங்கு இழைத்து விட்டீர்கள். எனக்கு இதைவிட வேறு அகௌரவம் என்ன வேண்டும்?'

'என்ன? என்ன விஷயம்? உண்மையாகவே அவருக்கு விளங்கவில்லைதான்.'

'என்னைப் பற்றி தப்புந் தவறுமாக எழுதிவிட்டு...'

'அப்படி ஒன்றும் தவறுதலாக எழுதவில்லையே! உங்களுக்கு ஐஸ் க்ரீம் பிடிக்கும் என்று எழுதியது தப்பா? தினம் ஒரு டஜன் ஐஸ்க்ரீம் சாப்பிடுவாள் என்றது தவறா? கன்றுக் குட்டிபோல் குதித்தோடி வரும் குணம் என்று குறிப்பிட்டது...'

'அதெல்லாமில்லை. வர்ணனையில்....'

'பாவாடையழகியாகக் காட்சி தரும் செல்வா பைஜாமா சுந்தரியாகத் திகழ்வாள் திடீரென்று. ஸாரி கட்டிய சிங்காரியாக மாறுவாள். கவுனணிந்த கட்டழகி பரட்டைத் தலையுடனே காட்சி தருவாள். ஒற்றைச் சடை ரெட்டைப் பின்னல்களாகத் துவளும்.... இதை ஆட்சேபிக்கிறீர்களா?' என்று கேட்டார் அவர்.

'இல்லை.'

'ஊம்?....விஷயத்தை விளக்கமாகத்தான் சொல்லுங்களேன்! என்று மனுச் செய்தார் ஆசிரியர்.

'உயரம் ஐந்தடி மூன்றங்குலம். நிறம் - ரோஜாப் பூவேதான். நிறை நூற்றுப்பத்து பவுண்டு. பாடி 331/4 அங்குலம். இடுப்பு 321/4 அங்குலம்; இடை 31/4 அங்குலம் இப்படியா எழுதுவது?' என்று உறுமினாள் அவள்.

'உங்களிடம் கேட்டு விட்டுத்தானே எழுதினேன். இதில் வந்து என்ன தப்பு இருக்கிறது?"

"மண்ணாங்கட்டி! எனது உருவம் ஏணி மாதிரியாகவா இருக்கிறது? உடுக்கிடை, சிற்றிடை என்றெல்லாம் ரசிகர்கள்

வியந்து பாராட்ட வேண்டிய இடையில் நயத்தைக் கெடுத்து இவளென்ன உரலோ என எண்ணும்படியாக எழுதிவிட்டீர்களே ஐயா! இதிலென்ன தவறு என்று வேறு கேட்கிறீர்கள். நன்று நன்று நும் ஆசிரியத் திறமை! என்று நீட்டி முழக்கினாள் குமாரி. 'எனக்கெதுவும் புரியவில்லை அம்மானை! புரியும்படி பேசுவதே நல்லதுகாண் அம்மானை!'

'புரிய வைப்பதற்காகத்தானே வந்தேன். என் இடையின் அளவு 31/4 அங்குலமல்ல. நீங்களே அளந்து பாருங்கள்' என்று சொல்லி நேராக நின்றாள் அப் பூங்கொடி.

ஆசிரியர் பரமசிவம் செயலற்றுப் போனார். எத்தனையோ சவால்களை ஏற்றுக்கொண்ட சூரப்புலிதான் அவர். 'வரலாறு விஷயத்திலே புதுமையாக எழுதலாம் என்று துணியப் போய் வீணான வில்லங்கம் வந்து விட்டதடா பரமசிவம்! அட பரமசிவோம்!' என்று தன் ஆத்மாவுக்கு உபதேசித்த தோழருக்கு என்ன சொல்வது என்றே தெரியவில்லை. எதிரே இயற்கை வனப்பும் செயற்கை அழகும் கலந்த காந்த உருவமாய் நின்ற குமாரியைக் கவனித்தார்.

"அது தவறு என்றால், உள்ள அளவை நீங்களே சொல்லி விடுங்கள். அடுத்த இதழில் திருத்தம் எழுதி விடுகிறேன். இதற்காக நீங்கள் இப்படி...."

'அவசியம் திருத்தம் வெளியிட்டே ஆகணும். அதற்கு நீங்களே சந்தேகத்தைத் தீர்த்துக் கொள்வது நல்லது. நீங்கள் சொன்னாலே போதும். ஏதோ கைத்தவறுதல், அச்சுப் பிழை, கவனக் குறைவு, ஞாபக மறதி போன்ற காரணத்தினாலே....'

'மீண்டும் தவறு ஏற்படாமலிருப்பதற்காகவே நீங்கள் அளந்து சரிபார்க்க வேண்டும் என்கிறேன். உம். சீக்கிரம் ஸார். எனக்கு நேரமில்லை. வேறு அலுவல்கள் இருக்கின்றன,போக வேண்டும்' என அவசரப்படுத்தினாள் அலங்காரி.

தலையைச் சொறிந்த ஆசிரியர், தட்டிக் கழிக்க ஒரு காரணம் கிடைத்ததை எண்ணி மகிழ்ந்து, 'இங்கே டேப் இல்லை.

அளக்க முடியாதே!' என்றார். அது அற்பாயுள் சந்தோஷமாக முடிந்தது. டேப் வேண்டாமே. இதோ ஸ்கேல் இருக்கு. நூல் இருக்கு. நூலை இடையைச் சுற்றிப்பிடித்து அளந்து அப்புறம் புட்ரூலில் கணக்குப் பண்ண முடியுமே!' என்று வழி வகுத்துக் கொடுத்தாள் யுவதி.

பரமசிவம் பாடு பரம சங்கடமாகிவிட்டது. பலத்த தயக்கத்திற்குப் பிறகு துணிந்து விட்டார் அவர். அவள் சொன்னபடியே நூலினால் அவளது இடையின் அளவைக் கணித்தார். விரல்கள் நடுங்க, கைகள் பதற அவர் வெள்ளிய நூலை அந்தப் பாவாடை அழகியின் இடையளவு காணச் சுற்றும்போது, அவள் ஆடைகளும் உடலும் எழுப்பிய சுகந்த மணமும், பெண்மையின் அருகாமையும், அந்தப் புது அனுபவமும் அவர் உள்ளத்திலே கிளறிய உணர்ச்சிகள் தனிரக அவியலேயாகும்.

ஒரு மாதிரியாக அவர் கணக்கெடுப்பை முடித்ததும் 'உம். எவ்வளவு?' என்று கேட்டாள் அவள்.

'21/4 அங்குலம்' என்று மென்று விழுங்கினார் அவர். 'பத்திரிகையிலே பிசகாக...

'பிசகென்றால் லேசானதா! உடுக்கிடைப் பெண்ணை தடி இடைக் குந்தாணியாக மாற்றி விட்டீர்களே!'

'மன்னிக்கணும். அறியாமலே நேர்ந்த தவறு. உரிய முறையில் திருத்தம் எழுதி விடுகிறேன்' என்றார் பரமசிவம்.

'திருத்தத்திற்குத் திருத்தம் வேறு எழுதும்படியாகப் புதுத் தவறு செய்து வைக்காதீர்கள்' என்று கூறிக் கலீரெனச் சிரித்தாள் குமாரி. 'ஞாபகமிருக்கட்டும் ஸார்! நான் வாறேன்!' என்று சொல்லுதிர்த்து விட்டு குதித்தோடி மறைந்தாள்.

"அட கடவுளே! அட நவயுகமே! அட நானே!" என்று வியந்தவாறு நாற்காலியில் சாய்ந்தார் ஆசிரியர். இது கதையா, கனவா, கழுத்தறுப்பா என்று நினைத்தார். 'உண்மை. நிஜமாய்

நடந்ததுதான்...உலகம் ரொம்ப வேகமாகத்தான் முன்னேறுகிறது!' என முனங்கினார்.

குமாரி செல்வா அருமையான பெண். அழகு அழகு அநியாய அழகு! அதைவிட அநியாயமான துணிச்சல். ரொம்ப துணிந்த குட்டி!' என்று புலம்பியபடி அட்டைச் சித்திரத்திலே கண் பதித்தார் ஆசிரியர்.

'புதுமையின் குமிழ்; தீவிரத்தின் முகை; துணிச்சலின் சுடர் என்று வியந்து கொண்டிருந்தது மனம். 'நான் அவளைச் சந்திக்க நேர்ந்தது கூடப் புதுமையான திடீர் நிகழ்ச்சிதானே!' என்ற எண்ணம் எழுந்தது. உள்ளத்தின் உற்சாகம் சிரிப்பாக ஜோடி கூடியது. தானாகவே சிரித்தார் பரமசிவம்.

அன்றொரு நாள் தானாகவே சிரித்துக்கொண்டு தெரு வழியாகப் போன போதுதான் ஆசிரியருக்கு அந்த விபத்து ஏற்பட்டது. பரமசிவம் சூழ்நிலை மறந்து தன் முகத்தில் சிரிப்புத் தீட்டித் திரிவது புதிய விஷயமில்லையே! மேதைகளிடம் காணப்பட வேண்டிய கல்யாண குணம் தன்னிடமும் வளர்வதற்காக அவர் அதிகம் மகிழ்ந்து போவதுமுண்டு.

அன்று அவர் யாரையோ பற்றி எழுதிய எந்த நயத்தையோ எண்ணிச் சிரித்தபடி ஒரு வீதியிலே போய்க் கொண்டிருந்த போது, திடீரென்று விழிப்புற்று 'இதுதான். பூலோகமா! என்று அதிசயிக்க வேண்டிய அவசியம் அவருக்கு ஏற்பட்டது.

அது ஒரு கண அதிர்ச்சி. சிலீர் என்று உணர்ச்சி அவர் கன்னத்திலே பட்டது. யாரோ - அல்லது எதுவோ-வேகமாக வந்து மோதியது போலவும் தோன்றியது. எதிர்பாராத இந்தத் தாக்குதலினால் திடுக்கிட்ட அவர் விபத்தின் காரண உருவைக் கண்டதும் அதிகம் திடுக்கிட்டார். 'இதென்ன தடிமாடு மாதிரியா.' என்று வெடித்த சீற்றக் குரல், சுர் சுர்ரென்று திரியிலே பற்றிய நெருப்பு, பட்டாஸை வெடிக்க வைக்காமல் புஸ்ஸென அணைந்து விடுவதுபோல், ஒடுங்கி விட்டது.

மேலே வந்து மோதியது தடிமாடோ எருமைக் கன்றுக் குட்டியோ அல்ல. குஷி மிகுந்த குட்டிதான் - பாவாடையும் தாவணியுமணிந்த கோலக் குமாரிதான் - என்பதை உணர்ந்ததும் அவர் கோபம் அவள் கையில் கரைந்து கொண்டிருந்த ஐஸ்க்ரீம் போல் உருவற்றுத் தேய்ந்தது.

கலகலவெனச் சிரித்த குமாரி விலகி நின்று, ஐஸ்க்ரீம் பாழாகிப் பயனற்றுப் போவதைத் தடுப்பதற்காக, தனது சிவந்த உதடுகளினால் ஆர்வமாகச் சுவைத்தாள். ஐஸ்க்ரீமை ரசித்த அவள் கண்களில் தனியொளி திகழ்ந்தது. 'இஹிஹி' என்று கனைத்தாள்.

பரமசிவத்திற்குக் குளிர்ந்துபோன கோபம் மீண்டும் சூடு பெறலாமா, கொதித்துப் பாயலாமா என்று குறி கேட்பது போலிருந்தது. தனது கன்னத்திலே பட்டது அவள் எச்சில் படுத்திய ஐஸ்க்ரீம்தான் என்பது நன்றாகப் புரிந்தது. 'எருமை மாதிரி மேலே வந்து விழுந்த கழுதைக்கு மன்னிப்பு கேட்கணும்னு தோணலை பாரு மேன்! திண்ணிப் பண்ணி! மொக்குது பாரேன் ஐஸ்க்ரீமை!' என்று உறுமியது அவர் மனம்.

அழகிய மங்கை ஒரே சமயத்தில் எப்படி மூன்று வித மிருகாவதாரம் எடுத்துக் காட்சி தர முடியும் என்று அவரது அந்தராத்மா கேட்கவில்லை. அவ்வளவு ஆத்திரம் அவருக்கு! இன்னும் சில மிருகங்களின் பெயரையும் கூட்டியிருப்பார். அதற்குள் 'ஏ செல்வா! ஏட்டி!' என்ற குரல் அவர் கவனத்தைக் கவர்ந்தது.

'இந்தக் கழுதைக் குட்டியின் பெயர்தான் போலிருக்கு!' என்று நினைத்தார் அவர்.

கையிலிருந்த ஐஸ்க்ரீம் காலியானதும் "ஸார் ஸார் உங்க சட்டையிலே இஹிஹி!" என்று கனைத்தாள் அவள். தன் சட்டை மீது சிவப்புக் கறை படிந்திருப்பதை அப்பொழுது தான் கவனித்த ஆசிரியர் ஒரு நிமிஷத்திற்குள் அவள் ஒரு

க்ரீமைத் தீர்த்து விட்டதையும் உணர்ந்தார். அவர் கை கன்னத்தில் சில்லிட்ட இடத்தைத் தடவியது.

'முகத்திலே கூடப் பட்டுவிட்டதா ஸார்! வருத்தம்!' என்றாள்

அவள்.

'எருமைக் கடாவே! கழுதைக் குட்டியே! என்று சீற எண்ணிய பரமசிவம் 'எருமைக் கழுதை மோறையைப் பாரு!' என்று கத்தினார்.

சிரித்தவளின் முகம் சிவந்தது.

'வருத்தம்!' என்றார் ஆசிரியர் நையாண்டிக் குரலில்.

'மன்னிக்கணும் ஸார் என்றாள் அவள்.'

'அதுதான் நான் சொல்றேன். செய்றதைச் செய்து போட்டு வருத்தம்னு அப்புறம் சொல்வதனாலே, செய்தது செய்யாததாகி விடுமா? மடக் கழுதை என்று ஏசுகிறேன், உடனேயே மன்னிக்கணும் என்றும் சேர்த்துக் சொல்லிவிட்டால் சரியாகப் போச்சா? இதிலேயெல்லாம் அர்த்தமே கிடையாது தெரியுதா? கூடிய வரையில் மனுஷத்தனம் குன்றாமல் வாழணும். தவறு நேராமல் நடந்து கொள்ளணும். சூழ்நிலை மறக்கும் படியாக என்ன குதிப்பு வாழுது? தெருவிலே போறவன் மேலே மோதி எச்சிக் கறை படியும்படி விழுந்துவிட்டு, பிறகு மன்னிக்கணும்கிறதுலே என்ன அர்த்தமிருக்கு?' - ஆசிரியர் அதிகப் பிரசங்கம் பண்ணத் தொடங்கிவிட்டார்.

குமாரி அழாத குறையாக மூஞ்சியைத் தொங்கப் போட்டுக் கொண்டு நின்றாள்.'தெரியாமல் செய்து விட்டேன்!' என்று முனங்க எண்ணினாள். ஆனால் வார்த்தைகள் வரவில்லை.

'இப்ப என்னைத் தெரிந்தவங்க எவனாவது வந்திருந்தால் என் மதிப்பு நாளைக்கு கப்பலேறி விடுமா சும்மாவா! வால் நட்சத்திரம் பத்திரிகாசிரியர் பரமசிவம் மூஞ்சியில் ஐஸ்க்ரீம்

வீச்சு! வீரப் பெண்ணின் சூரச் செயல் என்று எழுதி அச்சிட்டு சுவரொட்டி விளம்பரமல்லவா செய்து விடுவான்!' என்றார் அவர்.

இதுவரை வீட்டினுள் ஜன்னலின் பின்னின்று கவனித்துக் கொண்டிருந்த ஒரு அம்மாள் முன் வந்தாள். 'நமஸ்காரம் ஸார். குழந்தைக்கு தெரியாது. சிறுசுதானே. விளையாட்டுப் புத்தி. நீங்க உள்ளே வந்து முகத்தை அலம்பிக் கொள்ளுங்கள்' என்று பவ்வியமாக வேண்டினாள்.

'அஹாம். பப்ளிக் தண்ணிக் குழாய் இல்லாமலா போகும் இந்தப் பக்கத்திலே?' என்று முறைப்பு காட்டினார் அவர்.

'மன்னிக்கணும். நீங்கதான் வால் நட்சத்திரம் ஆசிரியர்னு தெரிந்த பிறகும் உங்களுக்கு மரியாதை செய்யாமல் அனுப்பினால் எங்களைப் பற்றி மற்றவங்க என்ன நினைக்க மாட்டாங்க?....'

ஆசிரியருக்கு உள்ளத்திலே சிறு உதைப்பு எடுத்தது, 'மரியாதை' என்ற பதத்துக்கு வேறொரு பொருளும் உண்டு என்று உணர்ந்திருந்ததனால். ஆகவே 'பரவால்லே. நான் போறேன்' என்று நகரலானார். அவர் மறுபடியும் திடுக்கிட நேர்ந்தது.

குமாரி குதித்து முன் வந்து வழி மறித்து நின்றாள். 'தயவு செய்யுங்கள் ஸார். தெரியாமல் நடந்த குற்றம். என்னை மன்னிக்க வேண்டும். வீட்டுக்கு வந்து காபி சாப்பிட்டுவிட்டு போங்கள்' என்று கெஞ்சினாள்.

'ஒரு வேளை தொழில் செய்யும் குடும்பமாக இருக்குமோ? தூண்டில் போடுகிற முறையிலே இது புது தினுசோ?' என்று குழம்பியது அவர் மனம். எனினும் அஞ்சலி செய்து நிற்கும் அழகை, இளமையை, இனிய பெண்மையைத் தள்ளி ஒதுக்கி விட்டு முன் செல்லும் துணிவு அந்த வீர ஆசிரியருக்கு வரவில்லை. ஆகவே வீட்டினுள் விஜயம் செய்தார்.

அம்மா அவசரம் அவசரமாக உள்ளே மறைந்தாள். மகள் தயங்கித் தயங்கி நடந்து வந்து ஒரு நாற்காலி அருகில் நின்றாள். 'உட்காருங்க ஸார்' என்றாள் பணிவாக. குமாரியின் குதிப்பும் கனைப்பும் எங்கே பம்மி விட்டன என்ற வியப்பு எழுந்தது அவருக்கு. உட்கார்ந்தார்.

அவர் பார்வை எங்கும் சுழன்றது. நாகரிகம் ஆட்சி புரிந்த அழகு நிலையம்தான். செயலான குடும்பம்தான். அம்மாவையும் மகளையும் தவிர வேறு யாரையும் காணோமே. முதலில் பிறந்த சந்தேகம் மீண்டும் தலை தூக்கியது அவர் மனதில்.

'உங்கள் ஆபீசுக்கு நானே வரவேணும் என் எண்ணியிருந்தேன்' என்றாள் குமாரி.

'ஆமாம். இன்று மத்தியானம் போகலாம் என எண்ணினோம். அதற்குள் நீங்களே வந்து விட்டீர்கள் என்று சொல்லியபடி தோன்றினாள் பெரியவள். கையிலிருந்த கிளாஸை நீட்டி 'இந்தாங்க, காப்பி சாப்பிடுங்க' என்று உபசரித்தாள்.

காப்பியை வாங்கி குடித்து முடித்து விட்டு 'ஏன், என்ன விசேஷம்?' என்று கேட்டார் அவர்.

'உங்களைப் பேட்டி காணத்தான்!' என்றாள் குமாரி. 'பேட்டியா! என்னையா! நீங்களா! அஹஹா!' என்று அவுட்டுச் சிரிப்பு சிதறினார் அவர்.

'ஆமா. இனிமேல் நீங்கள் யாரையும் பேட்டி காணப் போவதில்லை, நட்சத்திரங்கள் வேண்டுமானால் நம்மை வந்து பார்க்கட்டுமே என்று எழுதியிருக்கிறீர்கள் அல்லவா! அதனால்தான்!'

'நீங்கள் நட்சத்திரமா?'

'எதிர்கால நட்சத்திரம்' என்று உறுதியாகச் சொன்னாள் அவள். குமாரி செல்வா என் பெயர். நாட்டியம் தெரியும். நடிக்கவும்

முடியும். பட முதலாளி தான் எதிர்ப்படவில்லை. நான் இன்றைய நட்சத்திரங்களைப் பற்றி எண்ணுவதை எல்லோரும் அறிய வேண்டும். அதற்கு புதுமையைத் துணிகரமாகக் கையாளும் உங்கள் பத்திரிகை துணை புரியும் என்று நினைத்தேன்' என்றாள் அவள்.

புதுமை மோகமும் துணிச்சலும் எங்கிருந்து எப்படி வேண்டுமாயினும் கிளம்பலாம் என்பதை அறிந்திருந்த ஆசிரியர் பிரமிக்கவில்லை. பாராட்டினார். 'ரொம்ப சந்தோஷம். இப்பவே நீங்கள் சொல்ல வேண்டியதைச் சொல்லி விடுங்கள்! எதிர்பாராத சந்திப்பு புது ரகமான பேட்டியாக மாறி விடட்டுமே! என்று கனைத்தார் பரமசிவம்.

'செல்வாவுக்கு ஐஸ் க்ரீம்னா உயிர். ரொம்ப அதிகமாத் தின்னாதேம்மா. பல்லுக்கு கெடுதி. உடம்புக்கும் ஆகாதுன்னு சொல்லியாச்சு. கேட்டால்தானே. நறநறன்னு கடிச்சுத் தின்னுவா. ஒண்ணுக்குப் பிறகு ஒண்ணு அதுக்கு மேலே ஒண்ணு யின்னு டஜன் கணக்கிலே தின்பா. இப்ப அவள் தின்னது எட்டாவதோ, ஒன்பதாவதோ. அதுதான் கூடாதுன்னு அவள் கையிலேயிருந்து பிடுங்க வந்தேன். அவள் விழுந்தடிச்சு ஓடி வந்து உங்க மேலே மோதிவிட்டாள்!' என்று விளக்கம் கூறினாள் தாய்.

'நானாக யிருக்கப் போய் நல்லதாச்சு. வேறே வீணன் எவனாது வந்திருந்து இப்படி நடந்திருந்தால் என்னாகிறது?' என்று திருவாய் மலர்ந்தருளினார் ஆசிரியர்.

'என்னாகும் தெரியாதா! குமாரியின் ரோஜாப் பூக்கன்னம் செவ்வரளியாக மாறிப் போகும். அடிபட்டுச் சிவக்காது. முத்தம்பட்டுத்தான்!' என்று கொக்கரித்தது அவர் மனம். இதை அவர் வெளியிடவில்லை.

'செல்வாவுக்கு விளையாட்டுப் புத்தி போகவேயில்லை. பதினெட்டு வயசு ஆகுது. இன்னும் சிறு பிள்ளைத்தனம் போகலே பாருங்களேன்' என்றாள் அம்மா.

அந்தத் திடீர்ச் சந்திப்பு பற்றி இப்போது எண்ணிய ஆசிரியர் மனம் ஆரவாரமாக ஆமோதித்தது. 'ஆமாம். செல்வாவுக்கு இன்னம் விளையாட்டுப்புத்தி போகவில்லை. வயசாகி என்ன பிரயோசனம்!' என்று.

'உம். இருந்தாலும் புள்ளெ நல்ல புள்ளே. குதிப்பும் கூத்தும் குஷியும் குழந்தைத்தனமும் ஜாஸ்தி. அதனாலே என்ன!' என்று பரிந்து பேசியது ஒரு எண்ணம்.

'வருங்காலத்திலே இவள் நட்சத்திரமாக ஜொலிப்பாள். ஆனால் வால் நட்சத்திரமாகத்தான் விளங்குவாள்!' என நினைத்த பரமசிவம் செல்வாவின் பேட்டியை மறுபடியும் ரசித்து அனுபவிக்கத் தொடங்கினார். அவர் பத்திரிகையில் அவர் எழுதியது தான்-

'ஸார், இது நான் வந்து உங்களைக் கண்ட பேட்டியுமல்ல. நீங்கள் தேடி வந்து என்னைச் சந்தித்த பேட்டியுமல்ல. அதனாலே முட்டிக்கொண்ட பேட்டி என்றோ, முட்டிக்கொண்டு பேட்டி கண்ட குட்டி எனவோ தலைப்பு கொடுங்கள் ஸார்!' என்றாள் குமாரி செல்வா.

'வந்தனம். எனது எழுத்து விஷயத்தில் தலையிட்டு ஆலோசனைகள் கூற யாருக்கும் உரிமை கிடையாது' என்றேன். 'உங்கள் மனைவிக்குக் கூடவா?' என்று குறும்பாகக் கேட்டாள் குயிலி.

'எனக்கு மனைவி யிருந்தாலல்லவா அவள் உரிமையைப் பறிப்பது பற்றி ஆலோசிக்க வேண்டும்!'

"அப்போ நான் உங்கள் காரியதரிசி வேலைக்கு மனுச் செய்யட்டுமா, ஸார்?' என்று கேட்டுச் சிரித்தாள் அக் கொஞ்சும் குரலி.

'ஏன்! அப்படியே மனைவி அந்தஸ்துக்குப் புரமோஷன் பெற்றுவிடலாம் என்ற சூழ்ச்சியோ?' என்று கேட்கும் துடிப்பு

பிறந்தது என் உள்ளத்தில். ஆனால் துணிவுதான் பிறக்கவில்லை. அவளையே பார்த்தபடி அமர்ந்திருந்தேன்.

சிரிக்கும் ஒளிர்மிகு கண்களை, சிரிப்பு நீந்திய செவ்விதழ்களை, சிரித்த பங்கயமன்ன அம் முகத்தையே நான் கவனித்திருந்ததைக் கண்ட குமாரி அருவிச் சிரிப்பு சிந்தி விட்டு ஓடினாள். மறைந்தாள்.

சில நிமிஷங்கள் ஓடின. கலீன் கலீனெனச் சலங்கைகள் கட்டியம் கூற, களுக் கிளுக்கென்று இனிய சிரிப்பு கவிதையொலி சிந்த அழகுக் கனவு போல் அசைந்தாடி, நெளிந்து வளைந்து வந்தாள் குமாரி. இப்போது அந்த ஆடும் மயில் பாவாடை தாவணியுடன் காட்சி தரவில்லை. பைஜாமா அணிந்து, மேலே தொள தொளத்த நீண்ட அங்கி தரித்து, தோளிலே நீண்ட துணி ஒன்றை அலட்சியமாகப் போட்டிருந்தாள். கழுத்தசைத்துக் கர்வ நடை பயிலும் மணிப்புறா போலே வந்த குமாரி 'குகுகூ குகூ!' என்று கொஞ்சுகிற சிரிப்பும் கள்ளப் பார்வையும் சிந்தி நாற்காலிக் கை மீது ஒய்யாரமாக அமர்ந்தாள்.

நானிருந்த நாற்காலி மேல் அல்ல. தனியாகக் கிடந்த நாற்காலியின் கையிலேதான்! 'பலே கைகாரியாகத்தான் தோன்றுகிறாள் குமாரி! என்று நினைத்தேன். இதைத் தொடர்ந்தது பல 'டர்னிங் ஸீன்'கள், ஒளி அணைந்து பேரொளி பூப்பதில்லை. மற்றப்படி அந்த அறை அற்புத நாடக மேடையாகத்தான் காட்சியளித்தது. அவள் உள்ளே போவாள். திரும்பி வரும் பொழுது உடை மாற்றம், அலங்கார மாற்றங்களுடன் திகழ்ந்து அழகு மலராக விளங்குவாள்.

இதெல்லாம் எனது திறமையை உங்களுக்குக் காட்டுவதற்காகத்தான். எனக்கு ஆடத் தெரியும், பாடத் தெரியும், நடிக்கத் தெரியும் என்று சொன்னால் போதுமா! நிரூபிக்க வேண்டாமா? அதற்காகத்தான்' என்று சொல்லிச் சிரித்தாள் எழிலி.

அவள் தாய் சும்மா வேடிக்கை பார்த்து நின்றாள்.

'செல்வா செல்லமாக வளர்ந்த செல்வம். சினிமா நட்சத்திரமாக வேண்டுமென்ற ஆசை அவளுக்கு ரொம்ப அதிகம். அவ அப்பா இருந்தால் அருமை மகள் நடிக்கவேண்டும் என்பதற்காகவே படம் பிடிக்கத் தொடங்கியிருப்பார். இரண்டு வருஷங்களுக்கு முன்னாலேதான் இறந்துபோனார். என்ன செய்றது!' என்றாள் அவள்.

பேச்சை சுலபமாக வேறு திக்கிலே திருப்பி விட்டாள் மகள். 'நான் பல இடங்களில் நாட்டியமாடிப் புகழ் பெற்றிருக்கிறேன், ஸார்! என்றாள்.

'நீங்கள் ஆடக்கூட வேண்டாம். உங்களைப் பார்த்ததுமே புகழத் தயாராகிவிடுவார்கள் எல்லோரும்!' என்று கூறினேன் சிரிப்பையும் கலந்துதான்.

'என்னை எவ்வளவோ போட்டோக்கள் எடுத்திருக்கிறேன். விதவிதமான போஸ்களில். எல்லாம் எதுக்கு? சினிமாவிலே நான் ஜோராக இருப்பேனா என்று பார்த்துக்கொள்ளத்தான். எல்லாப் படங்களையும் காட்டட்டுமா ஸார்?' என்று துள்ளி எழுந்தாள் அவள்.

'உங்களைப் பார்த்தாலே தெரிகிறதே, உங்கள் படங்கள் ஜோராக யிருக்கும். உங்கள் நடிப்பு அற்புதமாக யிருக்கும். நீங்கள் நட்சத்திரமானதும் ரொம்பப் பிரமாதமாக யிருப்பீர்கள்!'

'அதுதானே ஸார். புகழ்பெற்ற நட்சத்திரங்களை மட்டுமே பேட்டி கண்டு போடுவதிலே அர்த்தமே கிடையாது. புகழ் பெறப் போகிற நட்சத்திரத்தைத் தேடிப் பிடித்து, அபிப்பிராயம் பெற்றுப் பிரசுரிக்க வேண்டும். என்ன, நான் சொல்றது?' என்று கேட்டாள் குமாரி. அப்போது அவள் சித்தரித்த பாவங்கள் ரொம்பப் பிரமாதம்.

'ஸார், என் பெயர் செல்வா. குமாரி செல்வா. எனக்கு வயது பதினெட்டு. நான் இன்டர் படிக்க ஆரம்பித்து, அப்புறம்

வேண்டாமென்று விட்டுவிட்டேன். ஸ்கூல் டிராமாக்களில் அடிக்கடி ஆக்ட் பண்ணியிருக்கிறேன். டான்ஸ் தெரியும். பாட்டு கொஞ்சம் கொஞ்சம் வரும். பிளேபாக் ஸிஸ்டம் மிகுந்துவிட்ட இக்காலத்திலே ஸ்டார்களுக்கு பாடத் தெரிந்திருக்க வேண்டிய அவசியமே கிடையாது, இல்லையா ஸார்?'

'நீங்கள் சொல்வது ரொம்ப நியாயமானதே என்றேன்.'

'சினிமாக் கலை வளரவேணுமானால் என்னைப் போன்ற நட்சத்திரங்களைத் தேடிப் பிடித்துப் போட வேண்டும். ராணிகுமாரியும், சந்திரமதியும், ரோஜாம்பாவும், அவளும் இவளும் நடிக்கிறதைவிட நான் பிரமாதமாக நடிக்க முடியும். உங்கள் வால் நக்ஷத்திரம் பத்திரிகையில் இந்த நட்சத்திரங்களை நீங்கள் பேட்டி கண்டு எழுதிய கதையை நான் மிகவும் ரசித்தேன். எல்லாரும் ரொம்பப் பாராட்டுறாங்க ஸார். அதனாலேதான் நானே வந்து உங்களைப் பேட்டி காண நினைத்தேன். எதிர்பாராதவிதமாகப் பேட்டியே பேட்டிக்கு ஏற்பாடு செய்துகொண்டுவிட்டது. எப்படி ஸார்! இந்தப் பிரயோகம் நயமாக யில்லே? பேட்டியே பேட்டிக்கு வகை செய்தது..... ஹஹஹா, ஹிஹிஹி!"

ஒரு டஜன் பேர்வழிகள் ஒரே சமயத்தில் ஜலதரங்கம் வாசித்து, சட்டென நிறுத்திவிட்டது போலிருந்தது அவள் பேச்சை நிறுத்தியதும்! இவ்வளவுதானா? இன்னும் ஏதாவது உண்டா?' என்று கேட்டு வைத்தேன்.

'செத்துக்கொண்டிருக்கிற பட உலகம் உருப்பட வேண்டுமானால் என்னை மாதிரி வருங்கால நட்சத்திரங்கள் ஒரு டஜன் பேர் உடனடிப் படையெடுப்பு நடத்த வேண்டும். எனது பிரண்ட்ஸ் சில பேரு இருக்கிறாங்க- அனுராதா, சியாமளா, ஜோதி, ஜவந்தி, முத்தம்மா, கௌஸல்யா. இன்னும் நாலஞ்சு பேரு சேருவாங்க. ஸார், நீங்ககூட நடிக்கலாம் ஸார். அருமையான ஸோஷல் பிக்சர் ஒன்று தயாரிக்க ஏற்பாடு

செய்யுங்கள். அழியாப் புகழ்பெறும் அற்புதத் தயாரிப்பாக இருக்கும் நம்ம நட்சத்திர சித்திரம், இல்லையா ஸார்?'

'பின்னே! நாமெல்லாம் நடிக்கத் துணிந்து விட்டால் அப்புறம் படம் படமாகவா இருக்கும்!' என்றேன்.

'பப்படமாத் தானிருக்கும் என்கிறீர்களோ!' என்று கூறிக் கனைத்தாள் அவள்.

'சேச்சே, அப்படிச் சொல்வேனா!' என்று குறிப்பிட்டேன். இதைத் தொடர்ந்து குமாரியைச் சந்திக்க நேர்ந்த விதம் அவளது குணங்கள்,தோற்றம் பற்றி யெல்லாம் எழுதியிருந்தார்.

'குமாரி செல்வா புதுமையிற் புதுமை, தீவிரத்தின் பிம்பம். துணிச்சலின் உயிர்ப்பு. அவளை முதல்முறை காண்கிறவர்கள் என்னடா இவள் இப்படி நடந்து கொள்கிறாளே என்று எண்ணாமலிருக்க முடியாது' என்று எழுதிப் பேட்டியை முடித்திருந்தார் பரமசிவம்.

பேட்டியைப் பத்தாவது முறையாகப் படித்து முடித்த ஆசிரியர் பரமசிவம் 'முதல் முறை மட்டுமென்ன! மூன்றாவது முறையிலும், முப்பதாவது முறையாகப் பார்க்கும் பொழுதுகூட இப்படித்தான் எண்ண வேண்டியிருக்கும். இந்தப் பெண் என்ன இந்த விதமாகவெல்லாம் நடந்துகொள்கிறாள் என்றுதான்!' எனத் தானாகவே புலம்பிக் கொண்டார்.

மேலோட்டமான நவயுகக் கல்வியின் கோளாறு புகுத்திய குணக்கேடுதான். நிறைகுடப் பண்பாடு பெறாமல் அரைக்குடத் தன்மையைத்தான் பள்ளிப்படிப்பு பல பேருக்குக் கற்றுக் கொடுக்கிறது. போலித் துணிச்சல், பெண்மைத் துறவு, ஆண்மை வேஷம், அடக்கமின்மை போன்ற பல குணக்குறைவுகள், இவற்றுடன் இளமைத் துடிப்பும் கூடுகிற போது கூத்தடிப்பையே காணமுடிகிறது. அல்லது இவ்விதமும் கணிக்கலாம். 'அமெரிக்கத்தனம்'

என்றுதான். வெகுகாலம் கட்டுண்டு கிடந்த பெண்கள் விடுதலை பெற்று, உரிமை வேட்கையுடன் செயல் புரியத் தொடங்கும்பொழுது உற்சாக மிகுதியிலே பொறுப்பற்ற பிரகிருதிகளாய், கடமை சூழ்நிலை கலாசாரம் முதலியவற்றை மறந்த ஜந்துக்களாக மாறிவிடுகிறார்கள். அவர்கள் நாகரிக உயர்வு எனக் கருதுவது உண்மையில் அடங்காப் பிடாரித்தனமாகவே விளங்குகிறது- இப்படி ஓடியது அவர் சிந்தனை.

அமெரிக்கப் படங்கள், அமெரிக்கப் பத்திரிகைகள், அமெரிக்காவின் மலிவுப் புத்தகங்கள் முதலியவற்றையே மிகுதியும் ரசித்து மகிழும் குமாரி செல்வாவின் பண்பிலே கிழக்கும் மேற்கும் கலந்த அவியற் கலாசாரத்தைக் காண முடிவதில் வியப்பில்லை என்று முடிவு கட்டினார் அவர்.

'இருக்கட்டுமே! அதனால் ஒன்றும் முழுகிவிடவில்லை. குமாரி செல்வா அழகி. விளையாட்டுப் பருவம். ஜாலியாக வாழும் ஆசை அவள் உள்ளத்தில் நிறைந்திருக்கிறது, களங்கமில்லை. கவலையில்லை. கூத்தடிக்கும் சிறுபிள்ளைத்தனம். வாழ்க்கையை விளையாட்டாகவே மதித்து நாளோட்டுவதினால் எவ்வித நஷ்டமும் வந்து விடப் போவதில்லையே! என்று பேசியது மனம்.

மனக்குறளியின் மற்றொரு பண்பு குரல் கொடுத்தது. 'இப்படி எங்கும் எல்லோரிடமும் தாராளமாகப் பழகினால் என்னாவது? அவள் கெட்டுப்போக நேரிடும். சந்தர்ப்பமும் சமுதாய நிலையும் துணையற்ற பெண்ணை - அதிலும் தாராளமாகப் பழகுகிற குமாரியை -புனிதையாய் வாழவிடாது. அவள் பண்பாடே அவளுக்குத் தீங்கு பயக்கும் கருவியாகி விடும்.

'உம். கெடவேணும் என்றிருந்தால் எந்தப் பண்பாட்டினரும் கெட்டு நாசமாகத்தான் போவார்கள். படியாத பெண்களும், பிரைமரியை மட்டுமே தாண்டிய அச்சம்-மடம்-பயிர்ப்பு - நாணத்தனக் குமரிகளும் கறை படிந்த மலர்களாகி

விடவில்லையா? சினிமாவைப் பார்த்துவிட்டு, சினிமாச் சிங்காரிகளின் பகட்டான வாழ்வை யறிந்து, தாங்களும் அவ்வித மத்தாப்பூ சுந்தரிகளாக மாறிப் பலரையும் தம் அழகு வெளிச்சத்தினால் கிரங்கடிக்க வேணும் என்ற ஆசை கொண்டு வீட்டை விட்டு ஓடிவந்து வாழ்க்கையைப் பாழாக்கிக் கொள்ளுகிற பாவையரின் எண்ணிக்கைதான் குறைவா என்ன! வளர்ந்துவரும் நாகரிகம் நன்மைகளுடன் பல நாசங்களையும் தூவி வருகிறது என்று பேசியது அவர் மனம்.

'அவளது குறைகள் நிறைவுகள் எவையே யாயினும் சரி; குமாரி செல்வா ரொம்ப நல்ல பெண்' என்று ஸர்டிபிகேட் கொடுத்தார் அவர்.

'ஆமா. அதிலே சந்தேகமே கிடையாது. அவள் மனுச் செய்துகொண்டால், அவளையே எனது காரியதரிசியாக ஏற்றுக் கொள்வேன்' என்று எண்ணிச் சிரித்தது அவர் உள்ளம்.

2

ஆசிரியர் பரமசிவம் குமாரி செல்வாவைப் பற்றி எண்ணிய அபிப்பிராயங்களில் தவறே கிடையாது. அவள் போக்கு அப்படித்தானிருந்தது.

கொஞ்சம் படிப்பு வாசனை பெற்றுவிட்டதுமே இந்தக் காலத்துப் பெண்கள் சினிமா ஸ்டார்கள் போல் திகழவேண்டும் என்ற ஆசையை வளர்த்துக் கொள்கிறார்கள். அதனால் வாத்தியாரம்மாக்கள் கூட எக்ஸ்ட்ரா நடிகைகள் மாதிரிக் காட்சியளிப்பதையே நாம் காண முடிகிறது. வீட்டரசிகளுக்குக் கூட எக்ஸ்ட்ரா நடிகையரே லட்சியமாகி வழிகாட்டுகிற இந்த யுகத்தில் நர்ஸம்மா சங்கரபுஷ்பத்தின் மகள் செல்வா சினிமாக்காரி மாதிரி வாழ்க்கை நடத்துவதில் வியப்பில்லை.

பள்ளிப் படிப்பும், சினிமாப் படங்களும் தமிழ் நாட்டு சமுதாயத்திலே - முக்கியமாகப் பெண் குலத்திலே- அபத்தமாகச் சுவடுகள் பதிப்பதற்கு முன்பு, மேற்கும் கிழக்கும் சந்திக்க முயலும் அவியல் கலாசாரத்தை அதிகம் கையாண்டவர்கள் 'சட்டைக்காரர்கள்' என்று புகழ்பெற்ற ஆங்கிலோ இந்தியர்களும் 'வேதக்காரர்கள்' என்று சிறப்புப் பெற்ற கிறிஸ்துவர்களுமாவர். இவர்களது நாகரிகம் பெண்களிடையே 'மிஸ்ஸியம்மா'க்களாலும் 'நர்ஸம்மாக்களினாலும்' வளர்க்கப்பட்டு சுதந்திர ஆர்வமுள்ள வேறு பலருக்கு லட்சியமாகி விட்டது.

இப்படி வளர்ந்து வந்த பெருங்கிளையிலே பூத்த தனிமலர் சங்கர புஷ்பம். அவள் வேதக்காரியாகி விட்டாள்; விபூதி அணிவதில்லை; குத்துவிளக்கிற்கு பூஜை செய்வதில்லை; புனிதத் திருநாட்கள், விரதங்களைக் கொண்டாடுவதில்லை என்ற குற்றச்சாட்டுகள் பெருகி வந்தன. பட்டியலில் அடங்காத அளவுக்கு இவை வளர்ந்திருக்கும். ஆனால் 'அவள்

ஓடிப்போய்விட்டாள்' என்ற விஷயம் ஊரார் பேச்சுக்குப் பெருங் கோடு கிழித்து விட்டது.

ஊரை விட்டு ஓடி வந்தது, அவள் நர்ஸம்மாளாக மாறியது, ஒரு செல்வரின் துணைவியாகிக் குமாரி செல்வாவின் தாயானது எல்லாம் நமக்கு வேண்டாத கதை. செல்வாவைச் செல்லமாக வளர்த்து நவயுக நாகரிகச் கடர்க்கொடியாக மாற்றிவிட அவளது பண்பாடு துணைபுரிந்தது என்பதுதான் முக்கியம். தாயின் உரிமையில் தலையிடவோ, மகளின் வளர்ச்சியில் தடை விதிக்கவோ தந்தை பரந்தாமர் விரும்பியதில்லை. ஆசையிருந்தாலும் அவர் வார்த்தைகள் உரிய மதிப்பைப் பெறா என்பது அவருக்கே தெரியும். அதனால் அவர் தன் கௌரவத்தைத் தானே காப்பாற்றிக் கொண்டார்.

குமாரி செல்வா படித்தாள். காலேஜில் காலடி வைத்துப் பார்த்துவிட்டு அது பிடிக்கவில்லை என் விட்டுவிட்டாள். படிப்பிலே என்றைக்குமே அவளுக்கு 'இன்ட்டரஸ்ட்' கிடையாது. தோழிகளுடன் குதித்துக் கூத்தாடுவது, கூப்பாடு போடுவது,'எட்டு வீட்டுக்குக் கேட்கும்படியாக' ஒஹொஹோ ஆஹஹா என்று கத்திச் சிரிப்பது போன்ற காரியங்களைக் குறைவறச் செய்து வந்தாள்.

'பொண்ணாகப் பொறந்தவ இப்படியெல்லாம் நடக்கப்படாது அம்மா. கொஞ்சம் அடக்கம் ஒடுக்கமாக இருக்கணும்' என்று போதித்து அவளுக்கு வழி காட்டக்கூடிய பெரியம்மாள்கள் யாரும் இல்லாததும் குமாரி 'தான் நினைத்த மூப்பாக' வளர்வதற்குத் துணை புரிந்தது.

ஆடத் தெரிவதும் பாடத் தெரிந்திருப்பதுமே நாகரிகம், பெரியதனம் என்று நம்பப்படுகிற இந்தக் காலத்திலே செல்வா இவற்றைப் பயிலாமல் இருக்க முடியுமா? இவற்றுடன் நடிக்கவும் கற்றுக் கொண்டாள் அவள். இவ்வளவு சிறப்புக்களுடன் அழகு, அகங்காரம், ஆணவம், அலட்சிய மனோபாவம் ஆகிய நவயுகப் பெண்மைப்பண்புகளைக் குறைவறப் பெற்றிருந்த

மாடப்புறா கல்யாணம் என்ற பெயரில் எந்த வேடன் கையிலும் சிக்கித் தன் வாழ்வையே பாழாக்கிக் கொள்ள விரும்பாததில் அதிசயமில்லை.

அபாரத் தன்னம்பிக்கையுடன் முன்வந்து அவளை யாராவது கல்யாணம் செய்திருந்தால், அவன் உருப்பட்டு விடமாட்டான்! அவனையும் அவன் வாழ்வையும் உருப்படவிடாமல் அடிக்கும் திறமை அவளிடமுண்டு.

அவளிடம் குடிகொண்டிருந்த திறமைகளையெல்லாம் சோபிக்கச் செய்து புகழுடன் மிளிரவேண்டும் என்ற ஆசைதான் அம்மாளுக்கும் மகளுக்கும் அதிகம்.

சின்ன வயசிலிருந்தே 'செல்வா சிரித்த முகமும் சீதேவியுமாக எல்லோரிடமும் கலகலப்பாகப் பழகுகிறாள்' என்ற பாராட்டுதலைப் பெற்று வளர்ந்தவள் அவள்.

குறும்புகள் செய்வதில் அவள் யாருக்கும் சளைத்தவளில்லை. பையன்கள் நோட்டில் 'நீ ஒரு கழுதை இப்படிக்கு செல்வா என்று கையெழுத்திட்டு ஸர்டிபிகேட் அளிக்க அவள் தயங்கியதே கிடையாது. அவள் பின்னலை எவனாவது பின்னின்று இழுத்தால், அவன் கண்களில் தண்ணீர் வரும்படியாக மண்டையிலே நறுக்கென்று கொட்டுவதற்கு வலுவிருந்தது அவள் கையில்! 'யே செங்குரங்கே' என்று யாராவது சொன்னால் 'வவ்வவ்வே' என்று உதடுகளை மடித்து வாயினால் வலிப்புக் காட்டும் திறமையுமிருந்தது.

வயதாக ஆக இக்குணங்கள் குறையாமல் வளர்ந்து வந்தன. ஆகவே 'தீராத விளையாட்டுப் பிள்ளை'யாகத் தானிருந்தாள் குமாரி செல்வா. அவள் பண்பினால் யாருக்கும் தீங்கு விளையவில்லை.

'ஆனால் அவளுக்கே அவை தீங்கு விளைவிக்கும். இதுவரை விளையவில்லை யென்றால் இனியும் விளையாது என்று நிச்சயித்துவிடலாமா! என்று நினைத்தார் பரமசிவம்.

ஆசிரியரது ஊகங்கள் அநேகமாகத் தவறுவது கிடையாது. மெஜாரிட்டி இனத்திலேயே கலந்தது இந்த யூகமும்!

3

ஆசிரியர் பரமசிவத்திற்கு ஆசை இருந்தது, கோலக் குமாரி செல்வாவைக் காரியதரிசி ஆக்கிக்கொள்ளலாமென்று.

அவரது ஆசைக்குத்தான் அளவிருந்ததா என்ன! 'வால் நட்சத்திரம்' பத்திரிகையை பிரமாத அற்புதமாக நடத்த வேண்டும்; காரியாலயம் தனி உலகமாக மிளிர வேண்டும்; அழகு மிகுந்த குட்டிகளையே 'ஆபீஸ் பையி'களாகவும், குமாஸ்தா, டைப்பிஸ்ட், உதவி ஆசிரியர்களாகவும் நியமிக்கவேண்டும் என்றெல்லாம் அவாவினார்.

ஆனால் அவரது பத்திரிகை ஐந்தாவது இதழுடனேயே அஸ்தமித்துவிட்டது. இந்தத் தமிழ்நாட்டை நம்பிப் பத்திரிகை போடுவதைவிட, 'கோவிந்தா கோவிந்து' என்று கூச்சல் போட்டுக் கொண்டு தீர்த்த யாத்திரை போகலாம் என எண்ணிய பரமசிவம் விண்தொட முயலும் நீள்முடி இமயத்தை லட்சியமாகக் கொண்டு கம்பி நீட்டிய கதை உங்களில் பலருக்குத் தெரிந்திருக்கலாம்.

தன்னுடைய லட்சியம் இப்படித் திடீரென்று மிக உயர்ந்துவிட்ட காரணத்தினால் 'வால்' பரமசிவம் குமாரிகளையும் குட்டிகளையும் பற்றிக் கவலைப்படுவதையே விட்டுவிட்டார். திடீரெனத் தோன்றிமறையும் உண்மையான வால் வெள்ளியின் பண்பே 'வால் நட்சத்திரம்' பத்திரிகைக்கும் வாய்த்தது என்பதை உணர்ந்த குமாரி செல்வாவும் அப்புறம் ஆசிரியரைப் பற்றி கவலைப்படவில்லை.

புகழ்ப்பசி மிகுந்த அவளுக்கு 'சரி. ஏதோ கொஞ்சம் புகழுக்கு வழி கிடைத்தது. கிடைத்தவரை லாபம் தானே!' என்று தோன்றியது. நடந்ததைப் பற்றி எண்ணுவதில்லை அவள். நடப்பதைக் குறித்து மனதை அலட்டிக்கொள்ளும் வழக்கமும் அவளிடமும் கிடையாது.இனி நடக்கப்போவதை நினைத்து ஏங்குவது மில்லை. எதெது எப்படி எப்படி நடக்குமோ

அப்படி நடந்துவிட்டுப் போகட்டுமே என்ற அலட்சியம் அவளுக்கு. உணவு, உடை, உற்சாகம், உல்லாசப் பொழுது போக்குகள், இஷ்டம்போல் தின்று கொண்டிருக்க ஐஸ்க்ரீம் - இவை தட்டுத் தடங்கலின்றிக் கிடைத்துக் கொண்டிருக்கிற வரை அவள் ராணிபோல் வாழ முடியாதா என்ன!

'அவளை ராணிபோல் வாழவைக்க முடியும்; அதற்கு என்னாலானதைச் செய்வேன்' என்று சொல்லி முன்வந்தான் ராஜா. அவன் ஒரு செல்லப்பிள்ளை.

செல்வம் அவனிடம் சதிராடிக் கொண்டிருந்தது. கார் இருந்தது. பகட்டும் குணமிருந்தது. பணத்தைத் தண்ணீர் போல் பாவிக்கும் மனமிருந்தது. அவனை நாடி நண்பர்கள் கூடாமல் போவார்களா?

ராஜா காலேஜில் 'கல்யாணப் படிப்பு படித்தானே தவிர, கல்வி பெறவேண்டும் என்றோ, பெருமைக்குப் பட்டம் பெறவேணும் என்றோ ஆசை கொண்டவனல்ல. பொழுது போகாத வேளையில் பள்ளிக்கூடம் போவதும், பள்ளிக்கூடத்திலே தங்கியிருக்க 'மூடு இல்லாதபோது ஜாலியாக ஊர் சுற்றுவதுமாக வாழ்ந்த அவன் பார்வையில் அழகி செல்வா படாமல் தப்ப முடியுமா? அதிலும் அவள் ரொம்ப 'பிரீயாகப் பழகும் பண்பினள்' என உணர்ந்தபின் அவன்தான் சும்மா இருக்க இயலுமா!

ஒருநாள் மாலையில் பள்ளிக்கூடத்தின் விசேஷ விழாவில் கலந்து சிறப்பித்த குமாரி செல்வா அந்தக் கலையழகு குலையாமல் மெதுநடை நடந்து கொண்டிருந்தாள் வீடு நோக்கி. நிலந்தடவும் நீண்ட பாவாடை அலையலையாய் சுருண்டு பளபளத்து அசைய, மேலே கிடந்த பகட்டான தாவணி கவனத்தை இழுக்க,பூ முடித்த கூந்தல் தனியெழிலுடன் மிளிர, பவுடர்- கண்மை- லிப்ஸ்டிக் முதலிய 'மேக்அப் பூச்சுகள் பளிச்சிட ஆடி அசைந்து சென்ற செல்வா ரோட்டில் செல்லும் அனைவரது பார்வையையும் இழுக்கும் வனப்புச் சுடராக விளங்கினாள்.

பின்னால் காரில் வந்த ராஜாவின் மனதை அலைக்களித்தது அசைந்து சென்ற குமாரியின் சிங்காரத் தோற்றம். வேகமாக முன் சென்றுவிட்ட காரிலிருந்து திரும்பிப் பார்த்த ராஜாவின் பார்வையைக் குமாரியின் முழுநிலவு முகமும், காந்தக் கண்களும் வசீகரித்தன. ஆகவே காரை நிறுத்தினான்.

பொங்கிவரும் அலைபோல் கம்பீர்யமாக நடந்த அழகி அருகே வந்ததும் 'வீட்டுக்குத்தானே? காரில் ஏறிக் கொள்ளுங்களேன்!' என்று உபசரித்தான் ராஜா.

வெட்டும் பார்வை. கொல்லும் ஒரு புன்சிரிப்பு, குளிர்ந்த குரலில் 'எதுக்கு வீண் சிரமம்!' என்ற பதில். இவற்றை ஏக்காலத்தில் அளித்த குமாரி சிறிது முன் அசைந்தாள். எல்லாம் அவனை அடிமை கொள்ளும் சக்திகளாய் இலங்கின.

'சிரமம் ஒன்றுமில்லை, மிஸ் செல்வா. சும்மா காரில் ஏறிக் கொள்ளுங்கள்' என்று குழைந்தான் அவன். அவளும் அதிகமாக பிகு செய்யவில்லை.

அவள் காரினுள் அடைக்கலமானதனால் காரே அற்புத அழகு பெற்றுவிட்டதாகத் தோன்றியது அவனுக்கு. 'நாம் இதுபோல் சொந்தக் காரில் என்று தான் போகமுடியுமோ? ஒரு அழகான கார் அவசியம் தேவைதான்' என்று நினைத்தாள் அவள். இன்று உங்களுடைய நடனம் ரொம்பப்பிரமாதம். உங்கள் கலை நிகழ்ச்சியை விசேஷமாக இன்றையப் புரோகிராமில் சேர்த்தது நல்லதாயிற்று!' என்றான் ராஜா.

'வந்தனம்' என முனங்கினாள் குமாரி.

'நீங்கள் ஏன் படிப்பை நிறுத்திவிட்டீர்கள்? நீங்கள் வராமல் போன நாளிலிருந்து கல்லூரியில் அற்புதக் காந்த அழகு மிகவும் குறைந்து போய்விட்டது என்றே தோன்றுகிறது. மகத்தான நஷ்டம்தான்' என்று குரலிலே இனிமையைத் தேக்கி அறிவித்தான் அவன்.

'அதனாலென்ன. காந்த வனப்பும் கலை ஒளியும் குறுகிய எல்லையினுள் ஒடுங்கிக் கிடக்கலாமா? அது தான் மகத்தான நஷ்டம். கல்லூரிக்கு ஏற்பட்ட நஷ்டம் கலை உலகிற்கும் நாட்டின் அழகு ரசிகர்களுக்கும் நல்ல லாபமாக மாறும் காலம் வந்து கொண்டிருக்கிறது' என்று கூறிக் கலகலச் சிரிப்பு சிந்தினாள் செல்வா.

'அப்படியா! ரொம்ப சந்தோஷம், ரொம்ப சந்தோஷம்!' என்று பாராட்டி மகிழ்ந்தான் மைனர். 'அந்நாள் எந்நாளோ என்று ஏங்கிக் கிடப்பார்கள் என்னைப் போன்ற அழகுப்பித்தர்கள், கலை ரசிகர்கள் எல்லோரும்!'

'என்ன சொல்கிறீர்கள், மிஸ்டர் ராஜ்? உங்களுடைய அபிப்பிராயத்தைத்தான் கேட்கிறேன். அழகும் திறமையும் எங்கும் ஒளிவீச சினிமா துணபுரியும் என்பது சரிதான். ஆனால் அதைவிட நேரடியாக மேடைமீது தோன்றிக் கலை விருந்து அளிப்பது தானே நல்லது?' என்று கேட்டாள் குயிலி.

'சந்தேகமில்லாமல்! வனப்பின் வளைவான வானவில்லை ஓவியத்திலே பார்ப்பதும் இனிமையாகத் தானிருக்கிறது. ஆனால் வண்ணங்கள் பூத்த அழகுவில்லை வானத்திலே கண்ணாறக் காண்பதில்தானே அற்புத மகிழ்ச்சி உண்டாகிறது!' என்று அளந்தான் அவன்.

'அப்படின்னா நான் சினிமாவில் நடிப்பது நல்லதல்ல என்று சொல்கிறீர்களாக்கும்?' என்று குரலை இழையவிட்டு, இதழ்க்கடையில் குறுநகை செலுத்தி, எழிலாய் முகம் திருப்பி, சுழலும் பார்வையை அவன் மீது நிறுத்தினாள் அவள்.

அப்பொழுது கார் ஒரு வீதியின் திருப்பத்திலே நெளிந்து நீந்தியதனால் ஓரத்திலிருந்த தெருவிளக்கின் மின்னொளி குறிப்பாக அவள் முகத்தில் பாய்ச்சிய ஒளி வீச்சு போல் பரவி அவள் நிலையை நன்கு வெளிச்சமிட்டது. பையன் சொக்கிப் போனான் அவள் பேரழகிலே! கிரங்கிக் கிறுகிறுத்தான் குமாரியின் கண் வீச்சிலே! அவன் உள்ள நெகிழ்வை உணர்ந்து வெற்றிச் சிரிப்பு சிரித்தாள் அவள். அவ்வளவுதான்! அவனைத்

தீர்த்துக்கட்டி விட்டது அந்தச் சிரிப்பு. இனி அவன் அவள் அடிமைதான்.

அவன் பரபரப்புடன் சொன்னான்: 'இல்லை, செல்வா. நீங்கள் சினிமா நட்சத்திரம் ஆகவேண்டும். அதே போல் நடனக் கலையுலகில் தனியொளிச் சந்திரனாகத் திகழவேண்டும்.'

'அது தானே கேட்டேன்!' என்று சொல்லிச் சிரித்தாள் அவள்.

வீடு வந்து சேர்ந்ததும் காரிலிருந்து குதித்திறங்கிய குமாரி 'ரொம்ப தேங்ஸ். இன்னொரு நாள் ஈவ்னிங்லே வாங்க, மிஸ்டர் ராஜ், காபி டிபன் எல்லாம் சாப்பிட்டு விட்டுப் பேசலாம்' என்று சொன்னாள்.

'ஓ! என்று மகிழ்வுக்குரல் கொடுத்த ராஜா உற்சாகமாகச் சொன்னான் 'உங்களுக்கு ஆட்சேபணையில்லை யென்றால், ஏதாவது சினிமா பார்க்கப் போகலாம்' என்று.

'ஓ யெஸ். செய்தால் போச்சு!' எனக்கூறிக் களுக்குச் சிரிப்பு சிந்திவிட்டு டான்ஸ் ஆடிக்கொண்டே வீட்டினுள் சென்றாள் அவள். அவள் போகும் அழகையே கவனித்து மயங்கியிருந்த ராஜா பெருமூச்செறிந்துவிட்டு காரை ஓட்டிச் சென்றான்.

குமாரி சொல்லிய 'இன்னொரு நாள் ஈவ்னிங்கை காலவறையரை யில்லாமல் ஒத்திபோட விரும்பாத ராஜா மறுநாள் மாலை மூன்றரை மணிக்கே வந்து சேர்ந்துவிட்டான்.' செல்வாவும் அவள் தாயும் மகிழ்வுடன் வரவேற்றனர்.

தாய் சங்கரபுஷ்பம் அடுப்பங்கறையில் தங்கியிருந்தபோது, செல்வா ராஜாவுக்குத் தனது ஆடை அணி அலங்காரப் பொருள்களை யெல்லாம் காட்டினாள்.

'ஒரு டான்ஸ் குரூப் ஆரம்பிக்கணும். அதற்காகத்தான் கொஞ்சம் கொஞ்சமாக எல்லாவற்றையும் சேகரித்து வருகிறோம்!' என்றாள் அவள்.

'நல்ல ஏற்பாடு' என்றான் அவன்.

சினிமாவிலே நல்ல சான்ஸ் கிடைத்தால்தான் நடிப்பது. அதிலும் அவர்களாகத் தேடி வந்தால்தான் ஒப்புக்கொள்வது என்று எண்ணம். பாருங்க மிஸ்டர் ராஜ், நாமாகப் போனால் படாதிபதிகள் நம்மை மலிவாக மதித்து விடுகிறார்கள். மேடைமீது தோன்றி திறமையினாலும், விளம்பரங்கள் பத்திரிகைப் பப்ளிஸிட்டி முதலியவைகளினாலும் கவனத்தைக் கவர்ந்த பிறகு அவர்களாகத் தேடிவந்தால் நமது மதிப்பு உயர்ந்துவிடுகிறது.'

'மதிப்பை நிர்ணயிக்கத் தெரியாத மடையர்கள்! அவர்கள் கெட்டார்கள்!' என்று அழுத்தமாக அறிவித்தான் அவன்.

'அவர்கள் தயவு நமக்கு வேண்டியிருக்கிறதே! நமது திறமை எங்கும் பரவவும், நமது புகழை அதிகமாக்கவும்....'

'கவலைப்படாதே செல்வா! நாமே ஒரு படக் கம்பெனி ஆரம்பித்து விடலாம். முதலில் ஒரு நாட்டிய சிங்காரியின் கதையைப் படம் பிடிப்போம். அதில் உங்கள் திறமையையும் அழகையும் எவ்வளவு தூரம் சோபிக்கச் செய்யலாமோ அவ்வளவுகுப் பிரமாதப்படுத்தி விடலாம்' என்றான்.

வியப்பால் விரிந்தன அவள் கண்கள். மகிழ்வு பூத்தது அவள் முகத்தில். உள்ளத்திலே உற்சாகம் குமிழிட்டுக் கொப்புளித்தது. ஆனந்தமாகவே மாறிவிட்டாள் குமாரி சிட்டுக்குருவி போல் தத்திக் குதித்தாள். மணிப்புறா போல் துள்ளி வட்டமிட்டுக் குதூகலத்தினால் கூவினாள். 'அஹஹா ஹெஹஹ்ஹோ!' என்று கலகலத்தாள். 'ராஜா என் ராஜா!' என்று பாடி ஆடி அமர்க்களப்படுத்தி அவன் அருகில் வந்து கன்னத்தில் அன்பாக வருடினாள் வளைகள் கலகலத்த மணிக் கரத்தினாலே.

ராஜா இந்த உலகத்திலிருப்பதாகவே நம்பவில்லை. விண்ணிலே பறப்பது போல, ஆனந்தச் சிறகுகள் பெற்று அற்புதலோகம் எங்கோ சுழன்று நிற்பதாகத் தோன்றியது

அவனுக்கு. எதிரே அழகின் உயிர்ப்பாய் ஆடிய குமாரி கவிதையின் சிரிப்புபோல் காட்சிதந்தாள். இளமையின் பூர்ணமான அவள் கலையின் அலை நுரையாய், மலர்க்கூட்டத்தின் ஒளிக்கொடியாய், அற்புதமாய் இசையாய் நயமாய் வாழ்வாய், வாழ்வின் சிறப்பாக எப்படி எப்படி யெல்லாமாகவோ-தோன்றினாள். 'இந்த இன்பம் நிலைத்திருப்பதற்காக, இவளுக்காக என்ன வேண்டுமானாலும் செய்யலாம். எவ்வளவு பணம் வேணுமாயினும் வாரி இறைக்கலாம் என்று கிசுகிசுத்தது அவன் மனம்.

கன்னம் தொட்ட மணிக்கரத்தைத் தன் கைநீட்டித் தொட முயன்ற வேலையிலே பிடியினில் அகப்படாக் கனவின் எழில்போல் விலகி ஓடினாள் குமாரி. தூர நின்று கிண்கிணிச் சிரிப்பு ஆர்த்துக் குதித்தாள்.

'ஏது ஆனந்தம் ஆளையே தூக்கிக்கொண்டு போகுதே! ஏனம்மா இந்தச் சிரிப்பாணியும் குதிப்பும்?' என்று கேட்டபடி வந்தாள் தாய், டிபன் காபி முதலியன சுமந்து.

மகள் விஷயத்தைச் சொல்லவும் அவள் உள்ளத்திலும் ஆனந்தம் நிறைந்தது. 'செய்யக்கூடியவன்தான். செல்வம் நிறைய இருக்கு. செய்யலாம். அவன் பேச்சு தவறாமல் பார்த்துக்கொள்ள வேண்டியது செல்வாவின் பொறுப்பு' என்று நினைத்தாள் சங்கர புஷ்பம்.

செல்வா தன் பொறுப்பை நன்கு உணர்ந்திருந்தாள். அது மட்டுமல்ல. முன்னேறுவதற்குக் கையாள வேண்டிய கலை நயங்களையும் நன்றாகத் தெரிந்து வைத்திருந்தாள். அவள் திறமைகளில் அந்தப் பண்பும் இயல்பாகக் கலந்திருந்தது.

ஆகவே குமாரி செல்வா 'பணக்காரன் மகன் பணக்காரன்' என்ற அந்தஸ்திலே வாழ்ந்து அதை வெளிச்சம்போட்டுத் திரிய விரும்பிய செல்லப்பிள்ளை ராஜாவின் காரில் அடிக்கடி காணப்பட்டாள். சினிமாத் தியேட்டர்களில், ஹோட்டல்களில், கடலோரத்திலே, தன் வீட்டு மாடியிலே

எல்லாம் ராஜாவின் இணை பிரியாத ஜோடி போல் திகழ்ந்தாள் அவள்.

ராஜா உண்மையிலேயே கிடைத்தற்கரிய ராணியைப் பெற்றுவிட்ட ராஜா என்றே நம்பினான். செல்வா கணந்தோறும் வியப்புகள் காட்டும் கலை எழில். காணக் காண நயம் குறையா அமுத நிறைவு. பழகப் பழகப் புதுமை குன்றாத இளமை இன்பம். அன்புடன் பேசி உறவாடி மகிழ மகிழ ஆசையை அடங்கவிடாமல் தூண்டும் அழகுக் காந்தம். அவள் கண் சுழற்சியில், இதழின் சுழிவில், இன்பச் சிரிப்பில், மேனி நயத்தில், இளமை விருந்தில், கலை விளையாட்டில் அவன் தன்னையே பறிகொடுத்து விட்டான்.

'நீ ஆட வேண்டியதில்லை. ராஜாவின் ராணியாகவே என்றும் இருந்துவிடு, செல்வா. நீ விரும்பிய சொந்தக் கார் உனக்குக் கிடைத்துவிட்டது. சுகவாழ்வுக்குத் தேவையான வசதிகள் எல்லாம் உனக்கு உள்ளன. நீ ஏன் ஆடிப் பிழைக்க விரும்புகிறாய்?' என்று கேட்டான் ஒருநாள்.

அவள் சிரித்தாள். அலட்சியம் தொனித்தது அதில் அகங்காரம் மிதந்தது அதிலே. எள்ளிடும் தன்மை நிறைந்திருந்தது. என்னவோ சூடாகச் சொல்ல வாயெடுத்தாள். பின் தன்னையே அடக்கிக் கொண்டாள் தன் நலனை எண்ணி. துவண்ட கொடியென நெளிந்து அவன் மீது சாய்ந்து அவன் அருகிலே அமர்ந்து கழுத்தில் கைவளைத்து இனியகுரலில் ரகசியம் பேசினாள்.

'ராஜா, நமது திட்டம் என்ன? நாம் இவ்வளவு செலவு செய்தது எல்லாம் வீணாகத்தானா? படப்பிடிப்பு வேண்டுமானால் காத்துக்கிடக்கட்டும். நாட்டிய கோஷ்டியைத் தீவிரமாக நடத்தி எங்கும் சுற்றிக் கலைநயம் காட்ட வேண்டியது முக்கியம்' என்றாள். தன் பேச்சுக்கு அதிக வலு கொடுப்பதற்காக அன்பனின் கன்னங்களில் இரண்டும் இதழ்களில் ஒன்றும் சுடச்சுடப் பொறித்தாள். தனது இதழ்களின் இன்ப முத்திரையைத்தான்!

அப்புறம் அவனுக்குத் திறமை ஏது, துணிவு ஏது அவள் திட்டத்திற்கு எதிராகப் பேசுவதற்கு!

குமாரி செல்வா சுக வாழ்வை மட்டுமே விரும்பவில்லை. பணம், பவிஷு, படாடோபம், செல்வச் சௌகரியங்கள் மட்டும் போதா வாழ்க்கை சிறப்புறுவதற்கு. வாழ்க்கைக்கு இவையும் தேவைதான்; எனினும் இவற்றையெல்லாம் விட அதிகமாகத் தேவை புகழ். அது அவசியத்தேவை- இதுவே அவள் இதய ஒலி.

புகழ் வேண்டும். அதிகமாகப் புகழ்பெறவேணும். மேலும் புகழ்.... மேலும் மேலும் புகழ்....மேலே மேலே மேலே - புகழ் வளர்ந்துகொண்டே போகவேண்டும் எல்லையில்லாமலே. அவளது ஆசை அது. அவளுக்கு அடங்காத-அடக்க முடியாத- பசி அது.

பசி எந்த ரகத்ததாக யிருந்தாலும் சரி-மிகுந்து விடுகிறபோது, அதைத் தணிக்கவேண்டும் என்ற ஆசை வளர்கிறபோது, பசியே தணியாத ஆசையாகிப் பின் வெறிநிலை அடைகிறபோது, அந்த வியாதிக்கு ஆளாகிறவர்கள் தங்கள் திருப்திக்காக எந்த வழியையும் கையாளத் துணிந்து விடுகிறார்கள். சந்தர்ப்பம் தங்கள் முன்னால் கொண்டு வந்து சேர்க்கிறவர்களைத் தங்கள் நலனுக்காகப் பயன்படுத்திக் கொள்ளத் தவறுவதில்லை. அவர்கள் உதவி தேவையில்லாமல் போகிறபோது அல்லது, அவர்களைவிட அதிகம் துணைபுரியக் கூடியவர்கள் வந்து சேர்கிற பொழுது- முந்தியவர்களை உதறி எறியவும் தயங்குவதில்லை. 'செய் நன்றி என்பதெல்லாம் வாழ்க்கை உயர்வுக்குக் கட்டி வராத பேச்சேயாகும் இவர்களுக்கு?'

புகழ்ப்பசி மிகுந்த குமாரி செல்வா தனது வாழ்க்கை உயர்வுக்குக் குந்தகமாக யிருப்பவர்களின் ஆலோசனைகளைக் 'கட்டி வராதபேச்சு' என்று ஒதுக்கிவிட்டாள். ராஜா அவளுக்கு நல்லது என்று எவ்வளவோ சொன்னான். அவன்

அநாவசியமாகத் தன் விஷயங்களில் தலையிடுகிறான்' என்று சிணுங்கினாள் அவள்.

அவன் சிரித்தும், சினந்தும் உபதேசிக்கத் துணிந்த போது சீறி விழுந்தாள் குமாரி. அவளைத் தனது ஸ்ரீமதியாக மாறிவிடும் படி கோரினான் அவன். 'எனக்குக் கல்யாணம் தேவையில்லை. கட்டுப்பாடுகளை விதிக்கும் சம்பிரதாய முறை எதுவுமே எனக்கு வேண்டாம். நான் கலை வளர்க்க வாழ்கிறவள். எனது இஷ்டம்போல் வாழும் உரிமை எனக்கு உண்டு' என்று கண்டிப்பாகச் சொல்லி விட்டாள்.

வரவர அவன்மீது அவளுக்கு வெறுப்பு பிறந்து, கசப்பாக மாறி, விரோதமாக முற்றியது. ராஜா வீண் தொல்லை, அமைதியைக் கெடுக்கும் தொண தொணப்பன், கலை நயம் தெரியாது தன்னைக் கழுத்தறுக்க வந்த வீணன் என்று எண்ணினாள். சிடுசிடுத்தாள். எரிந்து விழுந்தாள். ஏசினாள். அவன் உறவு தேவையில்லை என்று சுட்டவும் தயங்கவில்லை.

இதற்குள் குமாரி செல்வா 'நாட்டிய அழகி என்று பெயர் பெற்று விட்டாள். ராஜாவின் செல்வமும், துணையும், உழைப்பும் அதற்கு எவ்வளவோ உதவின. சென்றதை எண்ணிக் கொண்டிருக்கும் பண்பு பெற்றிராத செல்வா அதையெல்லாம் பெரிதுபடுத்த முடியுமா என்ன!

அவ்வேளையில் அவள் புகழை அதிகரிக்கும் திறமையும் தகுதியும் நாட்டிய நிபுணர் கலையானந்தரிடம்தான் உள்ளன என்று நிச்சயமாகத் தெரிந்தது. அவளுக்கு நடனம் கற்றுக் கொடுக்க வந்தவர் அவர். புதுப்புது நடனங்களைக் கற்பித்துப் பழக்கி அவள் திறமைக்கு வளர்ச்சியும் புதுப்பொலிவும் அளிக்க முயன்றவர். அவருக்கு வயது முப்பத்தைந்து தானிருக்கும். அழகர். குளுமையாகப் பேசுவார். நல்ல பெயரிருந்தது அவருக்கு.

ராஜாவின் உறவில் அலுத்துப்போன குமாரி செல்வா கலையானந்தரைத் தழுவும் பூங்கொடியானாள். அவள் போக்கைக் கண்டித்த ராஜாவை விரட்டியடித்தாள்.

'எனக்கு எல்லாம் வேண்டியதுதான். சரியான பாடம் படித்தேன்' என்று தன் அனுபவத்தையும் பணச்செலவையும் புத்திக் கொள்முதல் கணக்கிலே பதிவு செய்து கொண்ட ராஜா அவள் உலகிலிருந்து அஸ்தமனமாகி விட்டான். அதற்காக அவள் வருந்தவில்லை.

அவனும் ஏங்கிச் செத்துவிடவில்லை. தனது குலத்துப் பெரியோர்கள் தேர்ந்து நிச்சயித்தபடி சுபயோக சுபமுகூர்த்தத்திலே சௌபாக்கியவதி ஒருத்தியைத் திருமணம் செய்துகொண்டு நல்வாழ்வு வாழத் தொடங்கினான்.

'நாட்டிய அழகி' என்று புகழ்பெற்ற குமாரி செல்வாவுக்கு சினிமாப் புகழ்பெறும் ஆசை வளர்ந்தது. அவள் அழகிலும் புகழிலும் மயங்கிய டைரக்டர் ஒருவரை அவள் முன் கொண்டுவந்து தள்ளியது சந்தர்ப்பம். அவர் அவள் ஆசையைத் தூண்டிவிட்டு தனது ஆசையைத் தணித்துக் கொண்டார்!

சில மாதங்கள் அவருடன் சுற்றியலைந்தும், சினிமாப் பார்த்ததும், ஜாலி வாழ்வு வாழ்ந்ததும் தான் கண்ட பலன். அவர் டைரக்ட் செய்வதாகயிருந்த படம் பேச்சளவிலேயே முடிந்து விட்டது.

பணம் போடத் தயாராகயிருந்தவர்கள் அந்த எண்ணத்தையே கை விட்டுவிட்டார்கள். ஆகவே ஆறேழு மாதங்களுக்குப் பிறகு செல்வாவைக் கைவிட்டு விட்டார் அவர்.

குமாரி செல்வாவுக்கு 'உலகம் எப்படியிருக்கிறது' என்ற உண்மை சிறிது சிறிதாகப் புரிந்தது. அதற்குள் அவள் எத்தனையோ விதமான அனுபவங்கள் பெற்று விட்டாள். ரகம்ரகமான ஏமாற்றுக்காரர்கள், பகட்டுப் பெரியார்களுட னெல்லாம் பழக நேர்ந்தது.

'இவர்களை யெல்லாம் பார்க்கும்பொழுது, ராஜா எவ்வளவோ நல்லவர் என்று தோன்றுகிறது' என்று எண்ணுவாள்

அவள். 'அவர் விரும்பியபடி அவரையே கல்யாணம் செய்து கொண்டிருக்கலாம். அவருடன் வாழ்க்கை நடத்த இசைந்திருந்தால், அந்தஸ்தாவது இருக்கும். பலபேரை நம்பிக் கெட்டிருக்க வேண்டிய அவசியமும் ஏற்பட்டிராது! என்று கூட நினைத்தது உண்டு. ஆனால் அபூர்வமாக எப்பவாவதுதான்!'

புகழ்ப் பசியும் சுதந்திர தாகமும் தணியமுடியாத அளவிலே இருந்ததனால், குமாரி செல்வா இஷ்டம் போல் வாழ்ந்து வந்தாள். அவளுக்கு நாட்டியத்தில் அகில இந்தியப்புகழ் வாங்கித் தரமுடியும் என்று உறுதி கூறி அலைந்த நடனக்கலையரசு ஒருவரை அடிக்கடி அவளுடன் காணமுடிந்தது.

வலை என்று தெரிந்த பிறகும்கூட அதன் அழகில் மயங்கி வட்டமிடும் ஈ அதில் அகப்பட்டு விடுவதும் இயல்புதானே.

4

மனித சமுதாயத்தின்மீது வெறுப்புற்று மலையுச்சியைத் தேடிப் போனாலும்கூட, அத்தனிமையில் அலுத்துப்போய் மறுபடியும் மனிதகுலத்தையே நாடி வந்த ஜாரதுஷ்ட்ரன் போல்தான் ஆசிரியர் பரமசிவமும் நடந்து கொண்டார்.

'வால் நட்சத்திரம்' செத்துப் போனதும் 'தமிழ்நாடு சுத்த மோசம்' என்று சொல்லிவிட்டு இமயத்தை நோக்கிப்போனவர் பிறகொரு நாள் திடீர் விஜயம் செய்தார். இடைக்காலத்தில் ஏழு வருஷங்கள் பறந்தோடிப் போயிருந்தன.

அக்காலத்தில் பரமசிவம் என்ன செய்தார், எப்படி வாழ்ந்தார் என்பது பரமசிவமே சொன்னால்தான் தெரியும். அவர் கீதாசார்யன் கண்ணனைப்போல 'இந்த ரகசியங்களிலே நான் மௌனம்' என்று சுருக்கமாக அறிவித்து விட்டார். ஆகையினாலே பலர் பலவிதமாகப் பேசிக் கொண்டார்கள்.

பரமசிவம் காசியில் ஒரு சாப்பாட்டுக் கிளப்பில் செர்வர் வேலை பார்த்ததாகச் சொன்னார்கள். அவருக்குத்தெரிந்த வள்ளல் நண்பர் ஒருவருடன் உல்லாசமாக ஊர்சுற்றிவிட்டு காஷ்மீரத்தில் சுகவாசம் அனுபவித்தார் என்று பேசினார்கள். யாரோ ஒரு தெருப்பாடகியின் பின்னால் சிங்கிதட்டித் திரிந்து, அந்தப் பிழைப்பில் வந்த வரும்படியைக் கொண்டு இருவரும் வாழ்ந்ததாகச் சிலர் கயிறு திரித்தார்கள். மாஜி 'வால்நட்சத்திரம்' பத்திரிகையின் ஆசிரியரைப்பற்றி அடிபட்ட வதந்திகளுக்குச் சில உதாரணங்கள் இவை.

ஆசிரியர் பரமசிவம் மாறிவிடவில்லை. ஆகவே அவர் வழக்கம்போல் மற்றவர்களின் பேச்சிற்கு மதிப்பு கொடுக்காமல் தன் இஷ்டம்போல் வாழ்ந்தார்.

ஒருநாள் மத்தியானம் அவர் வழக்கம்போல் தானாக எதையோ நினைத்துக் சிரித்துக் கொண்டு ரோடு வழியாக

நடந்து கொண்டிருந்தார். திடீரென்று யாரோ அவர்மீது மோதிக் கொண்டதை உணர்ந்ததும் திடுக்கிட்டு நின்றார். மேலே வந்து விழுந்தது யார் என அறிந்ததும் மேலும் திடுக்கிட்டார் அவர்.

'அஹஹஹ்! குமாரி செல்வாதானா! சரித்திரம் திரும்பத் திரும்ப ஒலிக்கும் என்பது சரியாகத்தானிருக்கிறது. என்ன சௌக்கியந்தானா?' என்று விசாரித்தார்.

பாதி கடித்த மாம்பழத்தைக் கையில் பிடித்தபடி ஓடிவந்து அவர்மீது மோதிவிட்டு விலகி நின்ற குமாரி சிரித்தாள் 'ஓ நீங்கள் தானா! நல்லதாப்போச்சு.... நல்லவேளை உங்க மேலே மாம்பழம் பட்டுவிடவில்லை! என்றுசொல்லி, பொங்கி வந்த சிரிப்பை அடக்க முடியாமல் குலுங்கிக் குலுங்கிச் சிரித்தாள் அவள். ஏழு வருஷங்களுக்கு முன்பு ஒருநாள் நிகழ்ந்த 'ஐஸ்க்ரீம்' நிகழ்ச்சி அவள் நினைவிலும் கூத்தாடியது.

ஒருவாறு சிரிப்பை சிரமப்பட்டு ஒடுக்கிவிட்டு 'நீங்கள் மாறவேயில்லை ஸார். அன்று பார்த்தமாதிரியே யிருக்கிறீர்கள்!' என்றாள் குமாரி.

என்றும் ஒரே நிலையாய் காட்சியளித்து வரும் தனது வதகப்புடலங்காய் போலவே திரு உருவைப் பார்த்துக்கொண்ட பரமசிவத்தின் கண்கள் எதிர்நின்ற பாவைமீது ஓடின. அவர் சிரித்தார்.

'ஏன் சிரிக்கிறீர்கள்?' என்று கேட்டாள் செல்வா.

'இன்று அளவு டேப் இல்லாமல் போனால்கூட, நூலுக்கும் புட்ரூலுக்கும் வேலை இருக்காது. நிச்சயமாக இல்லை' என்று கூறினார் அவர்.

அவள் புரிந்துகொள்ள முடியாமல் விழித்தாள்.

'இன்று 31/4 அங்குலம் என்று பேட்டியில் எழுதியிருந்ததை அன்று ஆட்சேபித்து அளந்து பார்க்கச் சொன்னீர்களே. இன்று

அதை நீங்கள் மறுக்க முடியாது. ஆகவே எனது எழுத்திலே தீர்க்க தரிசனமான உண்மை ஏழு வருஷங்களுக்கு முன்பு தானாகவே வந்து விழுந்திருக்கிறது!'

அவருடைய ஹாஸ்யத்தை ரசிக்க முடியாமல் நிற்க இயலவில்லை அவரால். அதனால் சிரித்தார். பலமாகச் சிரித்தார். அப்பாவி மனுஷன் அந்தச் சிரிப்பாலேயே ஜீவனிழந்து செத்துப் போவாரோ என்று மற்றவர்கள் அனுதாபப் படும்படியாகச் சிரித்தார். குமாரியின் பேட்டிகள் அவரது நினைவில் அவ்வளவு பசுமையாய்ப் பதிந்திருந்தன.

அவள் வெட்கமுற்று முகம் சிவந்து நின்றாள். பாதி தின்ற மாம்பழம் அவள் கையிலே இருக்கிற உணர்ச்சி உண்டாகவும் அவசரம் அவசரமாக அதைத் தின்னும் திருப்பணியில் ஈடுபட்டாள். அது அவரது சிரிப்பை அதிகப்படுத்தியது.

"இது ஐஸ்க்ரீம் இல்லை, செல்வா. கரைந்து விடாது. மெதுவாய் நிதானமாக சுவைத்துச் சாப்பிடலாமே!" என்று சிரிப்போடு சிரிப்பாகச் சொற்களையும் அருளினார் ஆசிரியர். பிறகு 'அம்மா சௌக்கியமா?' என்று விசாரித்தார். அம்மா இறந்து இரண்டு வருஷங்களாச்சு, ஸார்?' 'அப்போ நீங்கள்?'

'எனக்கு இன்னும் கல்யாணமாகவில்லை. ஆனால்.... நான் வந்து.... வந்து ஸார், என் கூட...'

அவள் எப்படி விளக்குவது என்று திண்டாடித் திணறிய வேளையிலே, 'செல்வா' என்று அழைத்தபடி ஒரு பரட்டைத் தலையர் வெளியே வந்தார். அவர் தலைமுடித் தோற்றமே அவர் ஒரு நாட்டிய நிபுணர் என்று சுட்டிக் காட்டியது.

பரமசிவத்துக்குத் தன் நண்பர் ஒருவர் குமாரி செல்வாவின் வாழ்க்கை மாற்றங்கள் பற்றிக் கூறியது அப்பொழுதுதான் நினைவின் மேல் பரப்பிற்கு வந்தது.

"ஓ!" என்றார் ஆசிரியர். அந்த ஒரு உச்சரிப்பில் எவ்வளவோ அர்த்தம் பொதிந்திருந்தது.

'தெருவிலே நின்று என்ன நாடகம் இது, செல்வா? என்று கடுகடுத்தார்' உள்ளிருந்து தலைநீட்டிய உத்தமர்.

'வீட்டுக்குள்ளே வாங்க ஸார் என்று அழைத்தாள் செல்வா. கையிலிருந்த மாம்பழம் முழுவதையும் சாப்பிட்டு, கொட்டையைத் தூர எறிந்துவிட்டு உள்ளே செல்லத் தயாரானாள் அவள்.'

'இதைத் தட்டிப்பிடுங்க வந்தார் இவர். நான் ஓட ஆரம்பித்தேன். அவர் துரத்தவும் நான் தெருவுக்கே வந்து விட்டேன்' என்றாள்.

'ரொம்ப சந்தோஷம். நீங்கள் பழைய குமாரி செல்வா ஆகவேதான் இருக்கிறீர்கள் இன்றும். ஆனால் உருவத்தில் மட்டும் கொஞ்சம் மாறுதல்' என்றார் பரமசிவம்.

'வாழ்விலும் எவ்வளவோ மாறுதல் ஏற்பட்டுவிட்டது ஸார்!'

'இருக்கட்டுமே. நீங்கள் என்றுமே குமாரியாக வாழத் திட்டம் போட்டுவிட்டீர்கள் போலிருக்கு! நான் போய் வருகிறேன்' என்று நகர்ந்தார் அவர்.

'உங்களைப் பார்த்து ரொம்ப ரொம்ப நாளாச்சு. இல்லையா ஸார்?' என்று கேட்டாள் குமாரி.

'ஆமாம். ஏழு வருஷங்கள்!' என்று சொல்லிவிட்டு நடந்தார் பரமசிவம்.

'யார் அது?' என்று கேட்ட ஆண் குரலும், 'அவர்தான் வால் நட்சத்திரம்னு ஒரு பேப்பர் நடத்தினாரே, அந்த ஆசிரியர்' என்ற குமாரியின் பதிலும் அவர் காதில் விழுந்தன.

'ஓகோ! அவனா! உருப்படத் தெரியாத பரமசிவமா!' என்று கூறிக் கனைத்தார் புதுப்பேர்வழி. அந்தக் கனைப்பும் ஆசிரியர் காதில் பட்டது.

இந்த மதிப்புரை ஆசிரியருக்கு மிகுந்த மகிழ்வையே தந்தது. 'நம்ம நாடும் மனிதர்களும் கொஞ்சம்கூட மாறாத பண்பினராக வாழ்கிறார்களே! பளா பளா!' என்ற திருப்தியை உண்டாக்கியது தான் காரணம்.

www.ingramcontent.com/pod-product-compliance
Lightning Source LLC
LaVergne TN
LVHW010100061026
849532LV00005BA/1866
* 9 7 8 8 1 9 9 7 3 6 1 0 8 *